AF175920

Impressum
Verlag: BABADADA GmbH, Nedderfeld 112 , 22529 Hamburg
Geschäftsführer / Verlagsleitung: Harald Hof
Druck: Books on Demand GmbH, In de Tarpen 42, 22848 Norderstedt

Imprint
Publisher: BABADADA GmbH, Nedderfeld 112 , 22529 Hamburg, Germany
Managing Director / Publishing direction: Harald Hof
Print: Books on Demand GmbH, In de Tarpen 42, 22848 Norderstedt, Germany

trường học
Schule

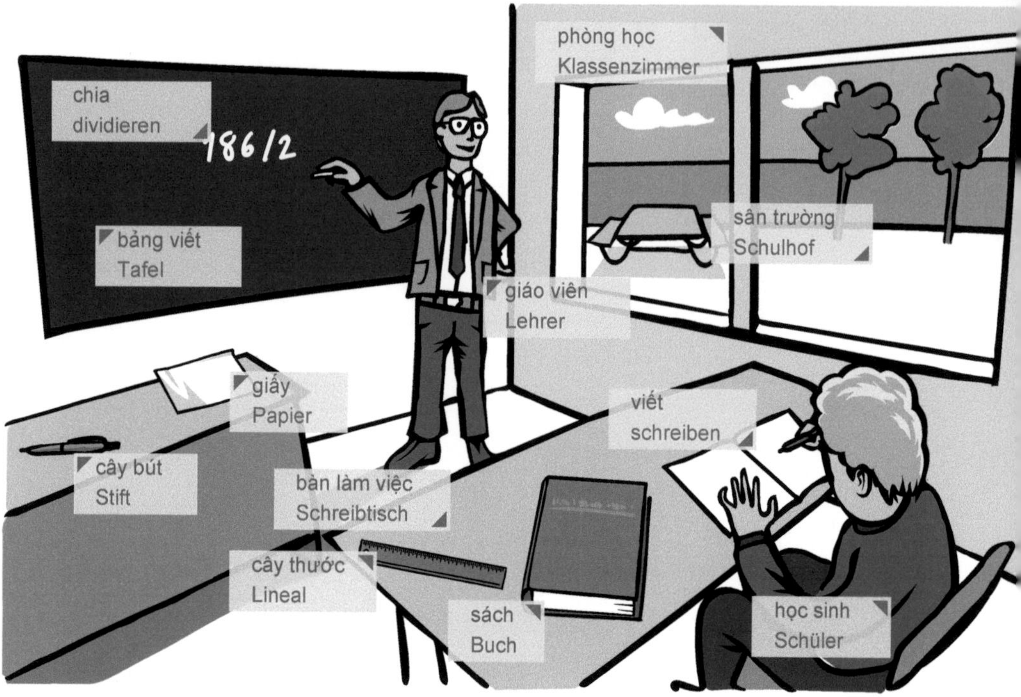

chia
dividieren
186/2
bảng viết
Tafel
phòng học
Klassenzimmer
sân trường
Schulhof
giáo viên
Lehrer
giấy
Papier
viết
schreiben
cây bút
Stift
bàn làm việc
Schreibtisch
cây thước
Lineal
sách
Buch
học sinh
Schüler

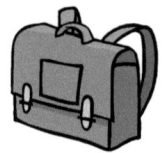

cặp đeo vai học sinh
....
Ranzen

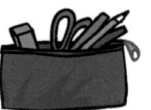

hộp đựng bút
....
Federmappe

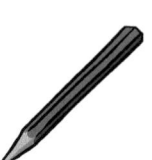

bút chì
....
Bleistift

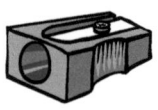

cái gọt bút chì
....
Bleistiftanspitzer

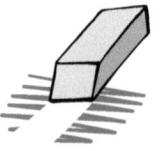

cục tẩy
....
Radiergummi

tập giấy vẽ
....
Zeichenblock

bản vẽ

Zeichnung

cọ vẽ

Pinsel

hộp mực vẽ

Malkasten

cây kéo

Schere

keo dán

Klebstoff

sách bài tập

Übungsheft

bài tập ở nhà

Hausaufgabe

12

số

Zahl

2+2

cộng

addieren

5-2

trừ

subtrahieren

2×2

nhân

multiplizieren

tính toán

rechnen

A

chữ cái

Buchstabe

**ABCDEFG
HIJKLMN
OPQRSTU
VWXYZ**

bảng chữ cái

Alphabet

hello

từ

Wort

văn bản
....
Text

đọc
....
lesen

phấn viết
....
Kreide

bài học
....
Stunde

sổ lớp
....
Klassenbuch

thi kiểm tra
....
Prüfung

chứng chỉ
....
Zeugnis

đồng phục học sinh
....
Schuluniform

giáo dục
....
Ausbildung

từ điển bách khoa
....
Lexikon

đại học
....
Universität

kính hiển vi
....
Mikroskop

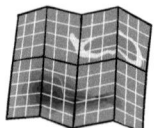

bản đồ
....
Karte

thùng rác giấy
....
Papierkorb

trường học - Schule

du lịch
Reise

khách sạn
Hotel
Grand
nhà trọ
Herberge
ROOMS
quầy đổi tiền
Wechselstube
va li
Koffer
xe ô tô
Auto

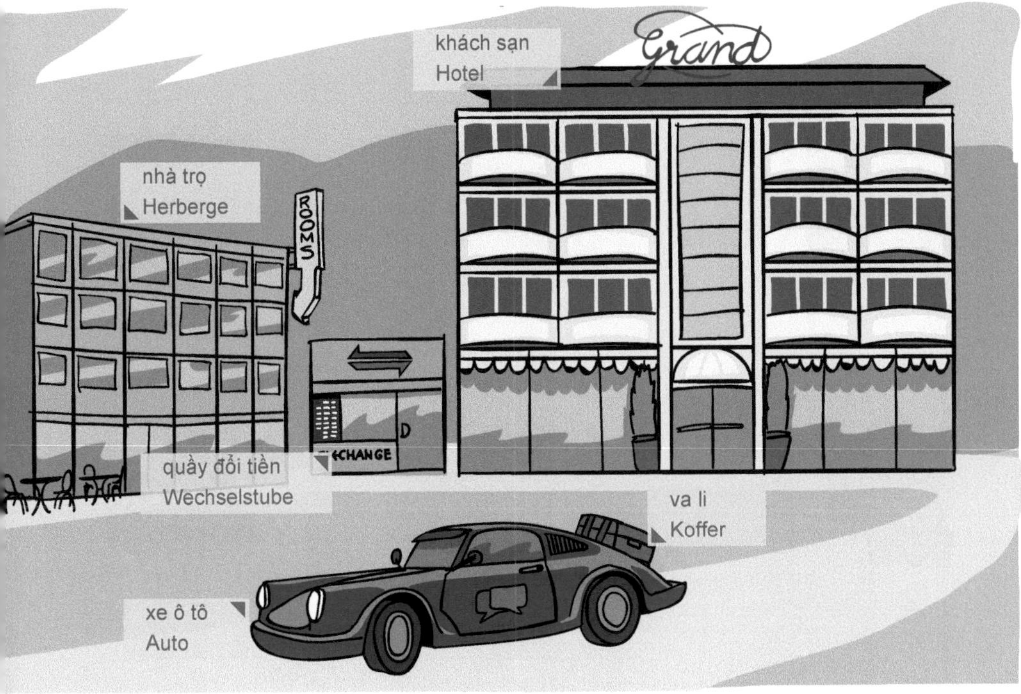

ngôn ngữ

Sprache

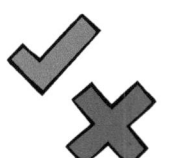

có / không

ja / nein

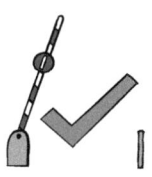

ô kê

Okay

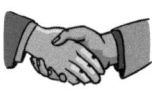

Xin chào

Hallo

thông dịch viên

Übersetzer

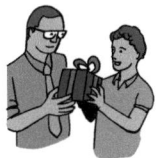

cám ơn

Danke

... bao nhiêu tiều?

Was kostet...?

tôi không hiểu

Ich verstehe nicht

vấn đề

Problem

Xin chào! (buổi tối)

Guten Abend!

xin chào! (buổi sáng)

Guten Morgen!

chúc ngủ ngon!

Gute Nacht!

tạm biệt

Auf Wiedersehen

hướng đi

Richtung

hành lý

Gepäck

túi xách

Tasche

túi ba lô

Rucksack

khách

Gast

phòng

Zimmer

túi ngủ

Schlafsack

lều

Zelt

thông tin du lịch

Touristeninformation

bãi biển

Strand

thẻ tín dụng

Kreditkarte

ăn sáng

Frühstück

ăn trưa

Mittagessen

ăn tối

Abendessen

vé xe

Fahrkarte

thang máy

Fahrstuhl

tem bưu điện

Briefmarke

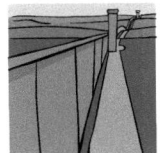

biên giới

Grenze

hải quan

Zoll

đại sứ quán

Botschaft

thị thực

Visum

hộ chiếu

Pass

vận chuyển
Transport

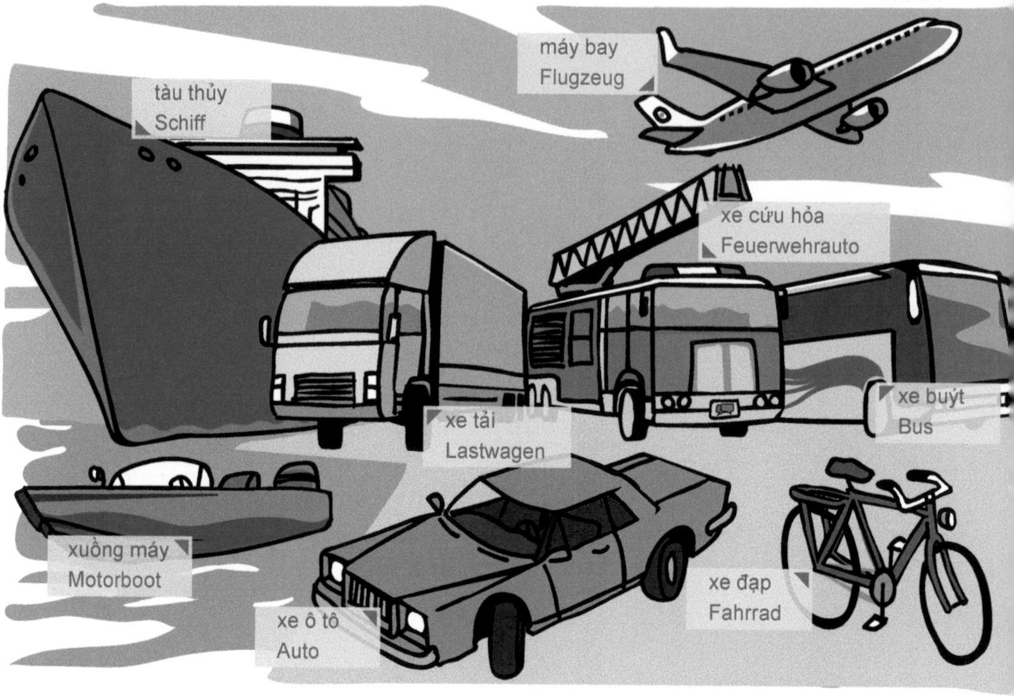

tàu thủy
Schiff
máy bay
Flugzeug
xe cứu hỏa
Feuerwehrauto
xe tải
Lastwagen
xe buýt
Bus
xuồng máy
Motorboot
xe ô tô
Auto
xe đạp
Fahrrad

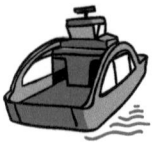

phà

Fähre

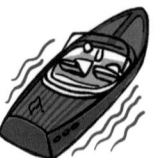

xuồng

Boot

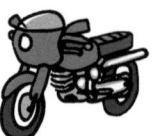

xe máy

Motorrad

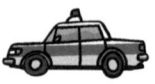

xe cảnh sát

Polizeiauto

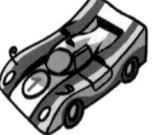

xe đua

Rennauto

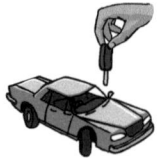

xe cho thuê

Mietwagen

dịch vụ thuê xe tự lái

Carsharing

xe kéo cứu hộ

Abschleppwagen

xe rác

Müllauto

động cơ

Motor

xăng

Kraftstoff

trạm xăng

Tankstelle

biển báo giao thông

Verkehrsschild

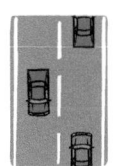

giao thông

Verkehr

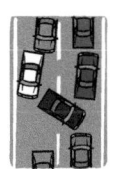

ách tắc giao thông

Stau

bãi đậu xe

Parkplatz

nhà ga

Bahnhof

đường ray

Schienen

xe lửa

Zug

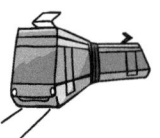

tàu điện

Straßenbahn

toa xe

Wagon

máy bay trực thăng

Helikopter

sân bay

Flughafen

tháp

Tower

hành khách

Passagier

côngtenơ

Container

thùng các-tông

Karton

xe đẩy

Karren

cái giỏ

Korb

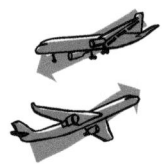

cất cánh / hạ cánh

starten / landen

thành phố
Stadt

làng

Dorf

trung tâm thành phố

Stadtzentrum

nhà

Haus

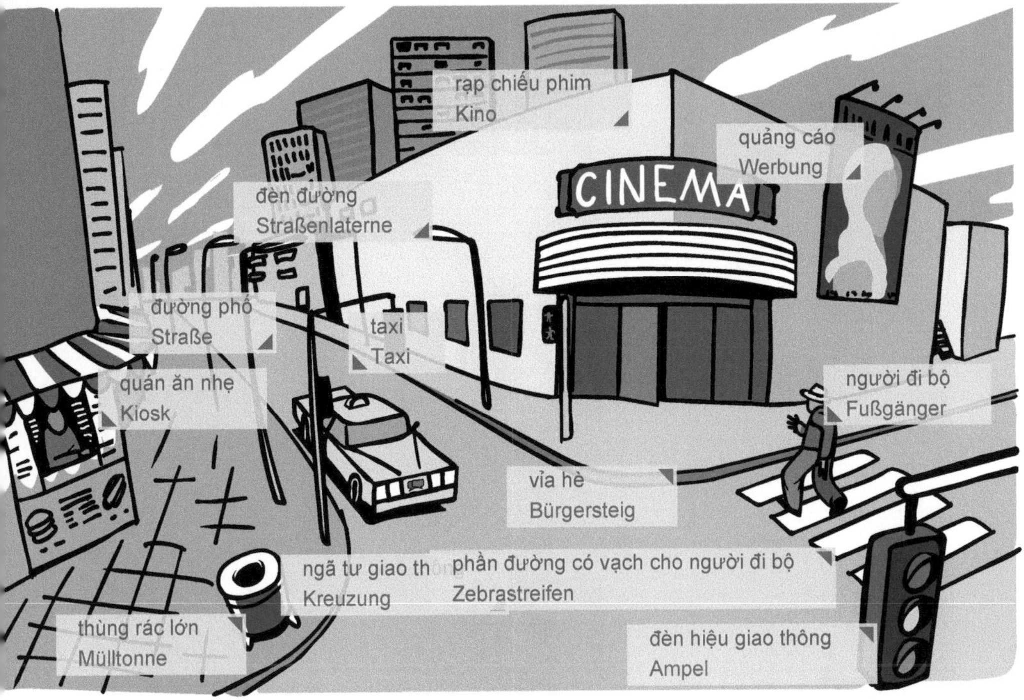
rạp chiếu phim
Kino
quảng cáo
Werbung
CINEMA
đèn đường
Straßenlaterne
đường phố
Straße
taxi
Taxi
quán ăn nhẹ
Kiosk
người đi bộ
Fußgänger
vỉa hè
Bürgersteig
ngã tư giao th
Kreuzung
phần đường có vạch cho người đi bộ
Zebrastreifen
thùng rác lớn
Mülltonne
đèn hiệu giao thông
Ampel

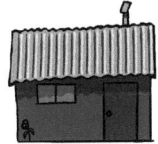

nhà chòi

Hütte

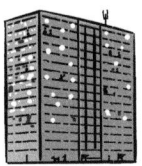

căn hộ

Wohnung

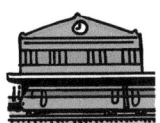

nhà ga

Bahnhof

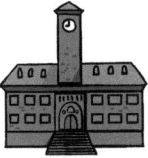

tòa thị chính

Rathaus

MUSEUM

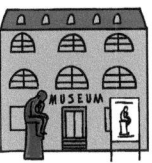

viện bảo tàng

Museum

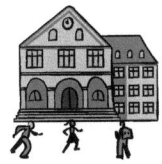

trường học

Schule

đại học

Universität

ngân hàng

Bank

bệnh viện

Krankenhaus

khách sạn

Hotel

hiệu thuốc

Apotheke

văn phòng

Büro

hiệu sách

Buchhandlung

cửa hiệu

Geschäft

cửa hiệu bán hoa

Blumenladen

siêu thị

Supermarkt

chợ

Markt

cửa hàng bách hóa

Kaufhaus

người bán cá

Fischhändler

trung tâm mua bán

Einkaufszentrum

bến cảng

Hafen

công viên

Park

ghế băng

Bank

cầu

Brücke

cầu thang

Treppe

tàu điện ngầm

U-Bahn

đường hầm

Tunnel

trạm xe buýt

Bushaltestelle

quán bar

Bar

khách sạn

Restaurant

hòm thư công cộng

Briefkasten

bảng hiệu đường

Straßenschild

đồng hồ đậu xe

Parkuhr

vườn bách thú

Zoo

bể bơi

Badeanstalt

nhà thờ Hồi giáo

Moschee

nông trại

Bauernhof

ô nhiễm môi trường

Umweltverschmutzung

nghĩa trang

Friedhof

nhà thờ

Kirche

sân chơi

Spielplatz

ngôi đền

Tempel

phong cảnh
Landschaft

lá cây
Blatt

bảng chỉ đường
Wegweiser

lối đi
Weg

bãi cỏ
Wiese

hòn đá
Stein

người đi bộ đường dài
Wanderer

cây
Baum

sông
Fluss

cỏ
Gras

bông hoa
Blume

thung lũng

Tal

đồi

Berg

hồ nước

See

rừng

Wald

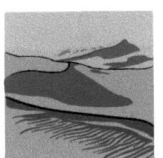

sa mạc

Wüste

núi lửa

Vulkan

lâu đài

Schloss

cầu vồng

Regenbogen

nấm

Pilz

cây cọ

Palme

con muỗi

Moskito

con ruồi

Fliege

con kiến

Ameise

con ong

Biene

con nhện

Spinne

bọ cánh cứng

Käfer

con ếch

Frosch

con sóc

Eichhörnchen

con nhím

Igel

con thỏ

Hase

con cú

Eule

con chim

Vogel

thiên nga

Schwan

heo rừng

Wildschwein

con hươu

Hirsch

nai sừng tấm

Elch

đê

Staudamm

tuabin gió

Windrad

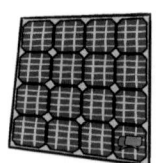

tấm năng lượng mặt trời

Solarmodul

khí hậu

Klima

bồi bàn
Kellner

thực đơn
Speisekarte

ghế
Stuhl

súp
Suppe

bánh pizza
Pizza

bộ dao nĩa ăn
Besteck

khăn trải bàn
Tischdecke

món ăn khai vị

Vorspeise

món ăn chính

Hauptgericht

món tráng miệng

Nachspeise

thức uống

Getränke

thức ăn

Essen

cái chai

Flasche

thức ăn nhanh

Fastfood

thức ăn đường phố

Streetfood

ấm trà

Teekanne

hộp đường

Zuckerdose

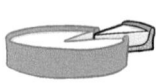

khẩu phần

Portion

máy pha espresso

Espressomaschine

ghế cao

Hochstuhl

hóa đơn

Rechnung

khay

Tablett

dao

Messer

nĩa

Gabel

thìa

Löffel

thìa uống trà

Teelöffel

khăn ăn

Serviette

cốc thủy tinh

Glas

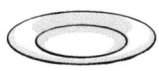

đĩa
Teller

đĩa súp
Suppenteller

đĩa lót cốc
Untertasse

nước sốt
Sauce

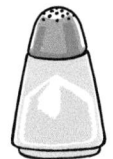

lọ muối
Salzstreuer

cái xay tiêu
Pfeffermühle

giấm
Essig

dầu
Öl

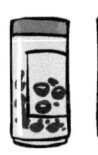

gia vị
Gewürze

nước xốt cà chua
Ketchup

tương hạt cải
Senf

nước sốt mayonnaise
Mayonnaise

siêu thị

Supermarkt

chào giá đặc biệt
Angebot
FOR
khách hàng
Kunde
sản phẩm từ sữa
Milchprodukte
trái cây
Obst
xe đẩy mua sắm
Einkaufswagen

BUTCHERS

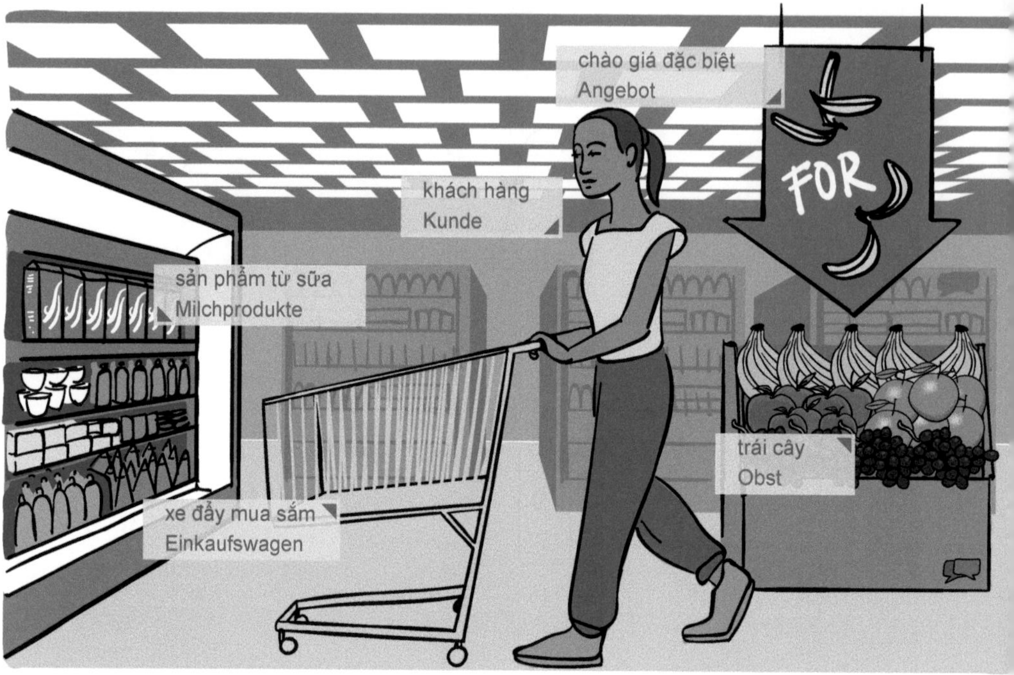

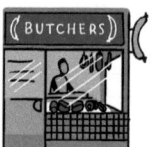

lò mổ

Schlachterei

BAKERY

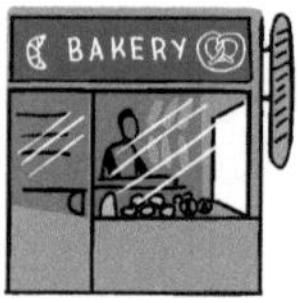

cửa hiệu bán bánh mì

Bäckerei

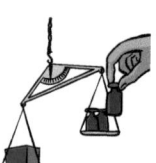

cân nặng

wiegen

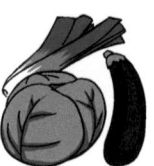

rau quả

Gemüse

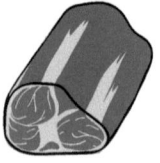

thịt

Fleisch

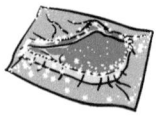

thức ăn đông lạnh

Tiefkühlkost

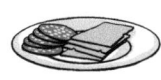

lát thịt nguội

Aufschnitt

đồ hộp

Konserven

bột giặt

Waschmittel

đồ ngọt

Süßigkeiten

sản phẩm dùng trong gia đình

Haushaltsartikel

chất tẩy rửa

Reinigungsmittel

người bán hàng

Verkäuferin

quầy trả tiền

Kasse

nhân viên thu ngân

Kassierer

danh sách mua sắm

Einkaufsliste

giờ mở cửa

Öffnungszeiten

ví tiền

Brieftasche

thẻ tín dụng

Kreditkarte

túi đeo

Tasche

túi ny lông

Plastiktüte

nước
Wasser

nước quả ép
Saft

sữa
Milch

coca-cola
Cola

rượu vang
Wein

bia
Bier

cồn
Alkohol

cacao
Kakao

trà
Tee

cà phê
Kaffee

espresso
Espresso

cappuccino
Cappuccino

chuối

Banane

quả táo

Apfel

quả cam

Orange

dưa hấu

Melone

chanh

Zitrone

cà rốt

Karotte

tỏi

Knoblauch

tre

Bambus

củ hành

Zwiebel

nấm

Pilz

hạt dẻ

Nüsse

mì

Nudeln

mì spaghetti

Spaghetti

cơm

Reis

xà lách

Salat

khoai tây chiên

Pommes frites

khoai tây chiên

Bratkartoffeln

bánh pizza

Pizza

bánh hamburger

Hamburger

bánh mì sandwich

Sandwich

thịt côtlet

Schnitzel

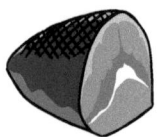

thịt giăm bông

Schinken

xúc xích

Salami

dồi

Wurst

gà

Huhn

rán

Braten

cá

Fisch

cháo yến mạch

Haferflocken

cháo muesli

Müsli

bánh bột ngô nướng

Cornflakes

bột mì

Mehl

bánh sừng bò

Croissant

bánh mì

Brötchen

bánh mì

Brot

bánh mì nướng

Toast

bánh bích quy

Kekse

bơ

Butter

sữa đông

Quark

bánh ngọt

Kuchen

trứng

Ei

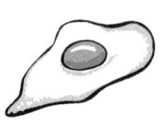

trứng rán

Spiegelei

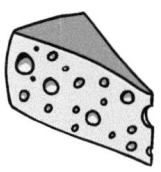

pho mát

Käse

kem
Eiscreme

đường
Zucker

mật ong
Honig

mứt
Marmelade

kem nougat
Nougat-Creme

cà ri
Curry

nhà nông trại
Bauernhaus

kiện rơm
Strohballen

nhà vựa
Scheune

cánh đồng
Feld

con ngựa
Pferd

xe moóc
Anhänger

máy kéo
Traktor

ngựa con
Fohlen

con lừa
Esel

con cừu
Schaf

cừu con
Lamm

con dê

Ziege

con bò

Kuh

con bê

Kalb

con lợn

Schwein

lợn con

Ferkel

bò đực

Bulle

con ngỗng
....
Gans

con vịt
....
Ente

gà con
....
Küken

gà mái
....
Huhn

gà trống
....
Hahn

con chuột
....
Ratte

mèo
....
Katze

chuột nhắt
....
Maus

bò đực
....
Ochse

con chó
....
Hund

nhà chuồng chó
....
Hundehütte

ống tưới vườn cây
....
Gartenschlauch

thùng tưới cây
....
Gießkanne

lưỡi hái
....
Sense

cái cày
....
Pflug

cái liềm

Sichel

cái cuốc

Hacke

cái chĩa

Mistgabel

cái rìu

Axt

xe cút kít

Schubkarre

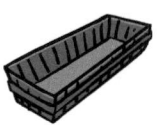
máng ăn

Trog

lọ sữa

Milchkanne

bao tải

Sack

hàng rào

Zaun

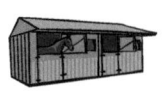
chuồng

Stall

nhà kính trồng cây

Treibhaus

đất trồng

Boden

hạt giống

Saat

phân bón

Dünger

máy gặt đập liên hợp

Mähdrescher

thu hoạch

ernten

mùa thu hoạch

Ernte

khoai lang

Yamswurzel

lúa mì

Weizen

đậu nành

Soja

khoai tây

Kartoffel

ngô

Mais

hạt cải dầu

Raps

cây ăn trái

Obstbaum

sắn

Maniok

ngũ cốc

Getreide

nhà
Haus

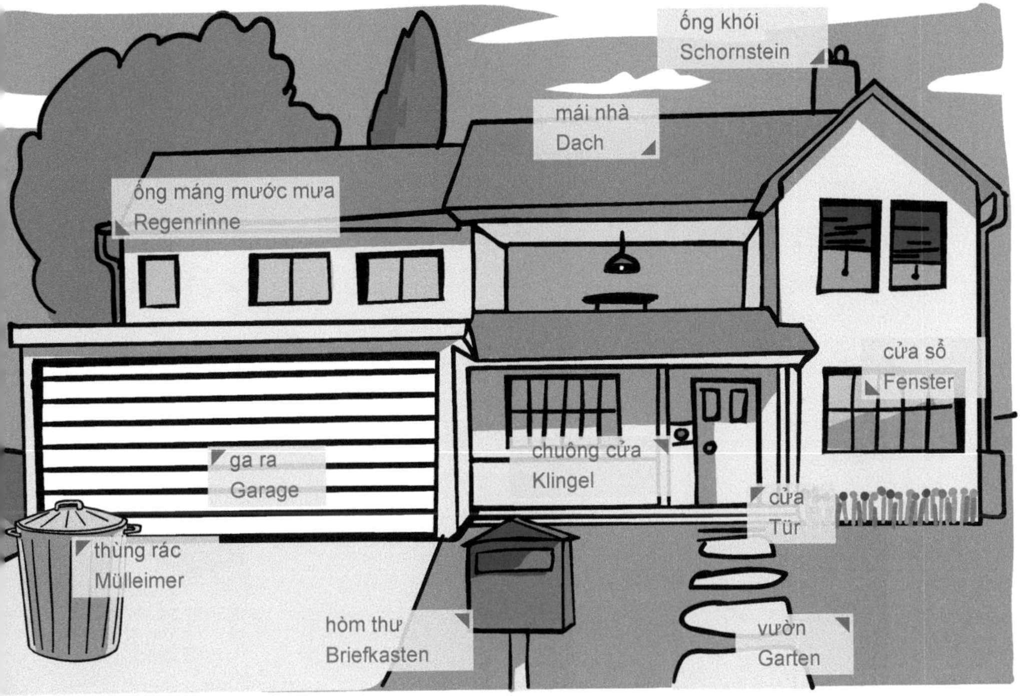
ống khói
Schornstein
mái nhà
Dach
ống máng mước mưa
Regenrinne
cửa sổ
Fenster
chuông cửa
Klingel
ga ra
Garage
cửa
Tür
thùng rác
Mülleimer
hòm thư
Briefkasten
vườn
Garten

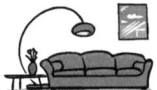

phòng khách
Wohnzimmer

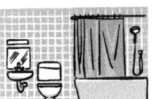

phòng tắm
Badezimmer

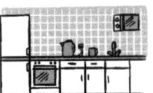

bếp
Küche

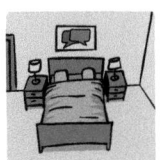

phòng ngủ
Schlafzimmer

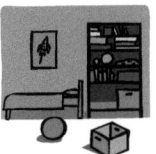

phòng trẻ em
Kinderzimmer

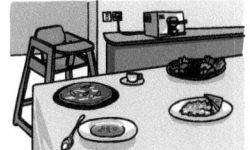

phòng ăn
Esszimmer

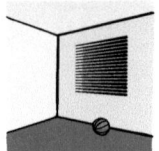

nền nhà

Boden

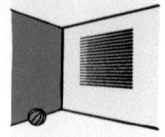

tường

Wand

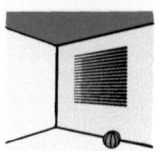

trần nhà

Decke

tầng hầm

Keller

tắm hơi

Sauna

ban công

Balkon

sân hiên

Terrasse

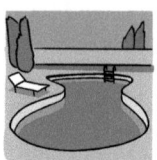

bể bơi

Schwimmbad

máy cắt cỏ

Rasenmäher

khăn trải giường

Bettbezug

khăn trải giường

Bettdecke

giường

Bett

chổi

Besen

cái xô

Eimer

công tắc điện

Schalter

phòng khách
Wohnzimmer

giấy dán tường
Tapete
hình ảnh
Bild
đèn
Lampe
cái kệ
Regal
tủ
Schrank
ti vi
Fernseher
lò sưởi
Kamin
bông hoa
Blume
gối
Kissen
ghế sofa
Sofa
bình hoa
Vase
điều khiển từ xa
Fernbedienung

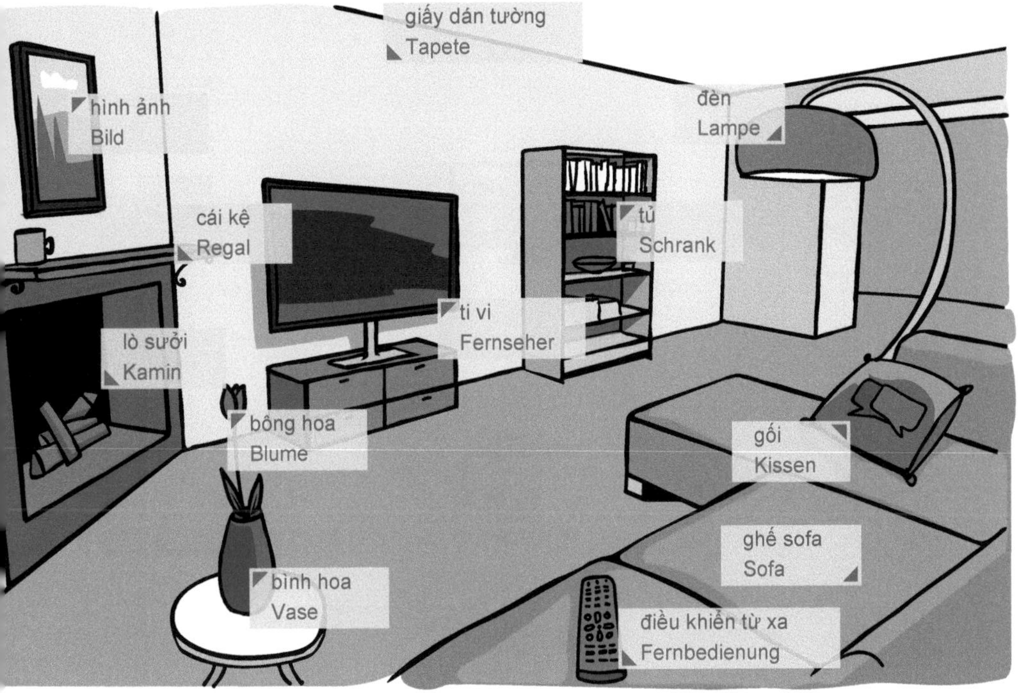

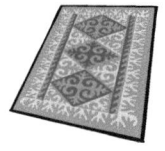

thảm
Teppich

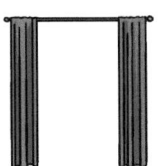

rèm
Vorhang

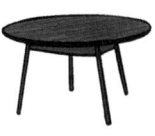

cái bàn
Tisch

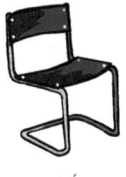

ghế
Stuhl

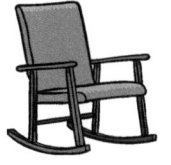

ghế bập bênh
Schaukelstuhl

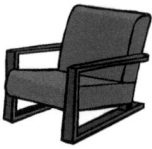

ghế bành
Sessel

sách

Buch

cái chăn

Decke

đồ trang trí

Dekoration

củi

Feuerholz

phim

Film

máy hi-fi

Stereoanlage

chìa khóa

Schlüssel

báo

Zeitung

bức tranh

Gemälde

áp phích

Poster

radio

Radio

sổ ghi chép

Notizblock

máy hút bụi

Staubsauger

cây xương rồng

Kaktus

cây nến

Kerze

bếp
Küche

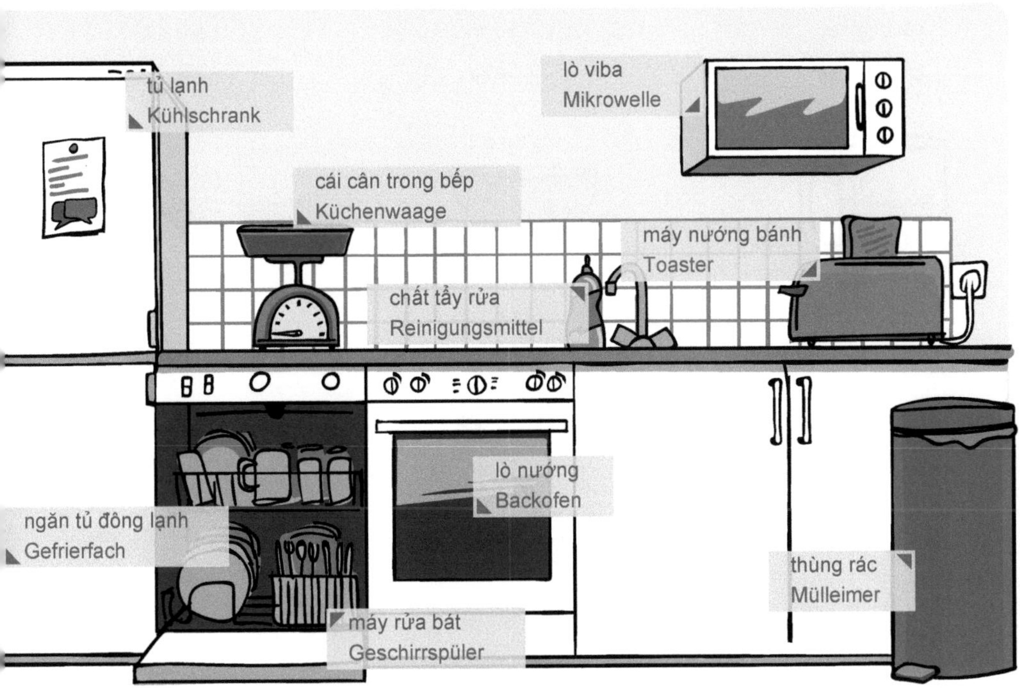
tủ lạnh
Kühlschrank
lò viba
Mikrowelle
cái cân trong bếp
Küchenwaage
máy nướng bánh
Toaster
chất tẩy rửa
Reinigungsmittel
lò nướng
Backofen
ngăn tủ đông lạnh
Gefrierfach
thùng rác
Mülleimer
máy rửa bát
Geschirrspüler

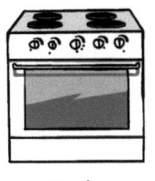

lò nấu

Herd

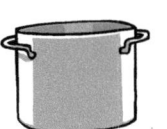

nồi

Topf

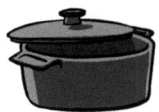

nồi sắt

Eisentopf

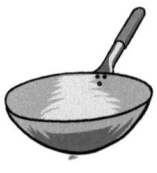

chảo

Wok / Kadai

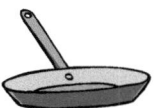

chảo

Pfanne

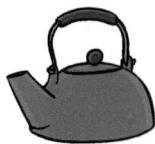

ấm đun nước

Wasserkocher

nồi đun hơi

Dampfgarer

khay lò nướng

Backblech

bát đĩa

Geschirr

cốc

Becher

cái bát

Schale

đũa

Essstäbchen

cái vá

Suppenkelle

bàn xẻng

Pfannenwender

que đánh kem

Schneebesen

rây dùng trong bếp

Kochsieb

cái rây lọc

Sieb

cái nạo

Reibe

vữa

Mörser

vỉ nướng

Grill

ngọn lửa trần

Feuerstelle

cái thớt

Schneidebrett

trục cán bột

Nudelholz

cái mở nút chai

Korkenzieher

vỏ đồ hộp

Dose

cái mở vỏ đồ hộp

Dosenöffner

miếng nhấc nồi

Topflappen

bồn rửa bát

Waschbecken

bàn chải

Bürste

miếng xốp

Schwamm

máy xay

Mixer

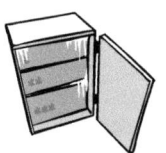

tủ đông lạnh

Gefriertruhe

bình sữa cho trẻ sơ sinh

Babyflasche

vòi nước

Wasserhahn

phòng tắm

Badezimmer

lò sưởi
Heizung
vòi hoa sen
Dusche
khăn lau
Handtuch
rèm che ngăn tắm
Duschvorhang
tắm bọt
Schaumbad
bồn tắm
Badewanne
cốc thủy tinh
Glas
máy giặt
Waschmaschine
vòi nước
Wasserhahn
gạch lát
Fliesen
cái bô
Töpfchen
bồn rửa bát
Waschbecken

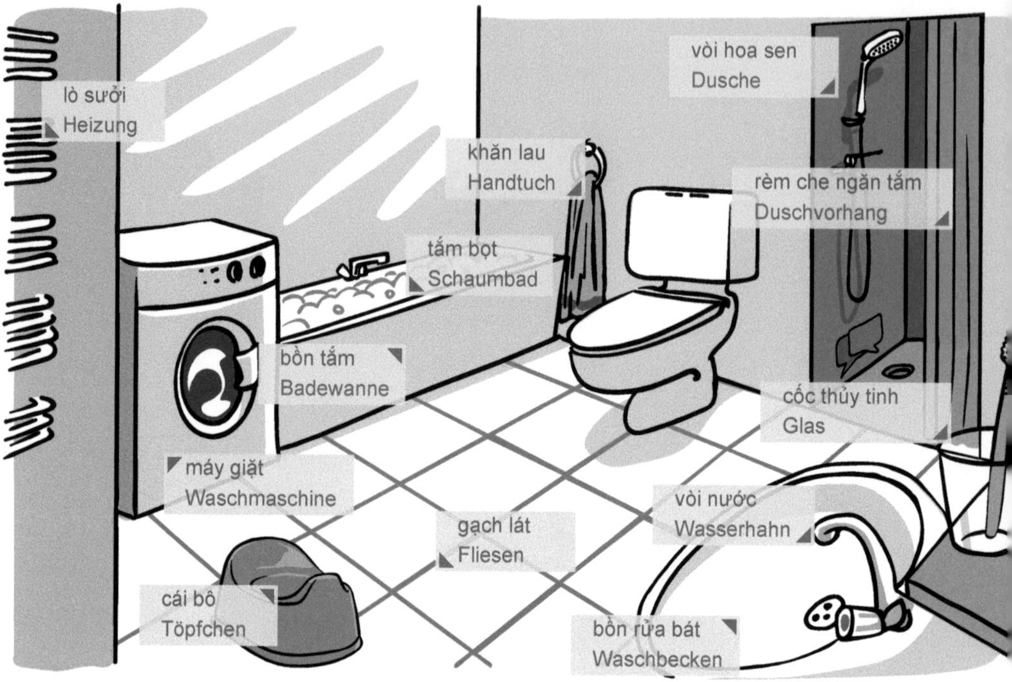

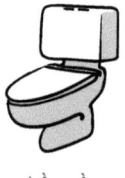

bồn cầu
Toilette

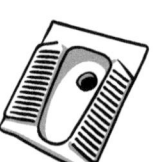

bồn cầu ngồi xổm
Hocktoilette

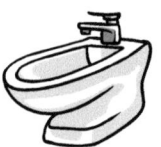

bồn rửa hậu môn
Bidet

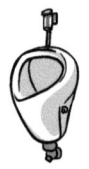

bồn tiểu tiện
Pissoir

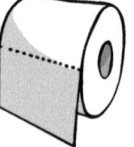

giấy vệ sinh
Toilettenpapier

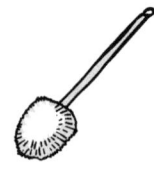

bàn chải cọ bồn cầu
Toilettenbürste

bàn chải đánh răng

Zahnbürste

kem đánh răng

Zahnpasta

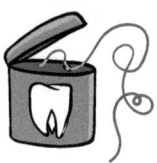

chỉ nha khoa

Zahnseide

rửa

waschen

vòi sen cầm tay

Handbrause

vòi rửa hậu môn

Intimdusche

bồn rửa

Waschschüssel

bàn chải cọ lưng

Rückenbürste

xà phòng

Seife

sữa tắm

Duschgel

dầu gội

Shampoo

khăn cọ để tắm

Waschlappen

lỗ thoát nước

Abfluss

kem

Creme

chất khử mùi

Deodorant

gương

Spiegel

gương tay

Kosmetikspiegel

dao cạo râu

Rasierer

kem cạo râu

Rasierschaum

nước thơm dùng sau khi cạo râu

Rasierwasser

cái lược

Kamm

bàn chải

Bürste

máy xấy tóc

Föhn

keo xịt tóc

Haarspray

đồ trang điểm

Makeup

thỏi son môi

Lippenstift

sơn bôi móng

Nagellack

bông

Watte

kéo cắt móng

Nagelschere

nước hoa

Parfum

túi đựng đồ tắm

Kulturbeutel

ghế đẩu

Hocker

cái cân

Waage

áo choàng tắm

Bademantel

găng tay làm vệ sinh

Gummihandschuhe

nút gạc

Tampon

băng vệ sinh

Damenbinde

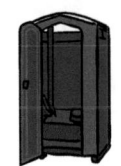

nhà vệ sinh hóa chất

Chemietoilette

phòng trẻ em

Kinderzimmer

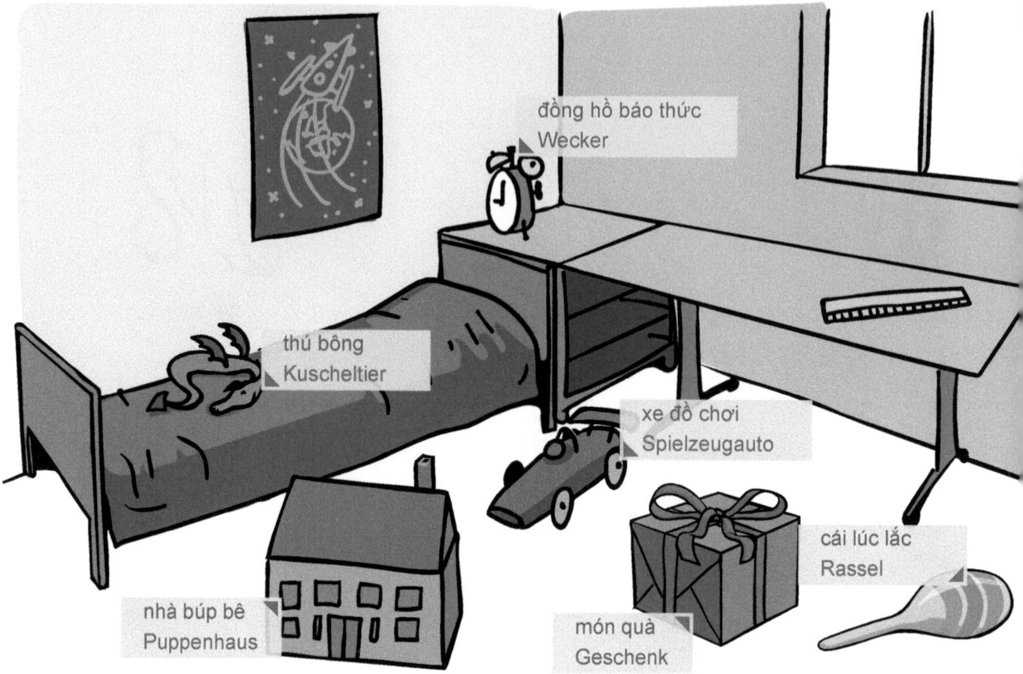

đồng hồ báo thức
Wecker
thú bông
Kuscheltier
xe đồ chơi
Spielzeugauto
cái lúc lắc
Rassel
nhà búp bê
Puppenhaus
món quà
Geschenk

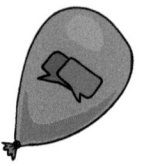

bong bóng

Ballon

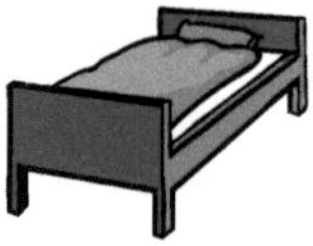

giường

Bett

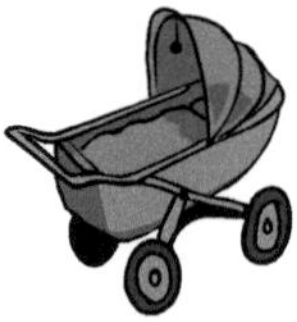

xe nôi

Kinderwagen

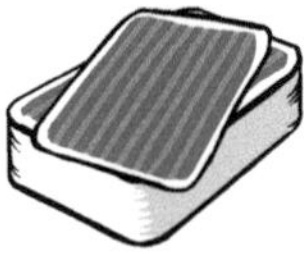

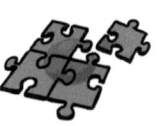

trò chơi bài

Kartenspiel

trò chơi ghép hình

Puzzle

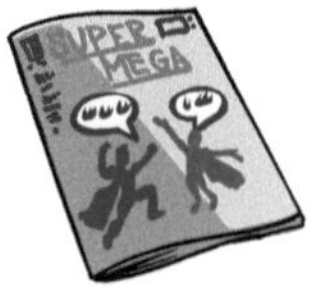

truyện tranh

Comic

gạch Lego

Legosteine

khối xếp hình

Bausteine

nhân vật hành động

Action Figur

liền quần cho trẻ sơ sinh

Strampelanzug

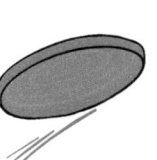

đĩa nhựa để ném

Frisbee

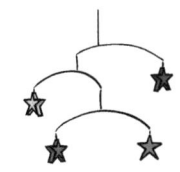

đồ chơi treo trên giường

Mobile

trò chơi cờ bàn

Brettspiel

xúc xắc

Würfel

đồ chơi xe lửa mô hình

Modelleisenbahn

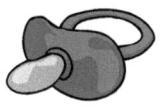

ti giả

Schnuller

buổi tiệc

Party

sách tranh

Bilderbuch

quả bóng

Ball

búp bê

Puppe

chơi

spielen

hố cát

Sandkasten

cái đu

Schaukel

đồ chơi

Spielzeug

máy chơi game cầm tay

Spielkonsole

xe ba bánh

Dreirad

gấu bông

Teddy

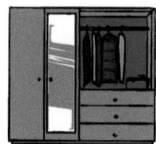

tủ quần áo

Kleiderschrank

y phục
Kleidung

bít tất

Socken

bít tất dài

Strümpfe

quần tất

Strumpfhose

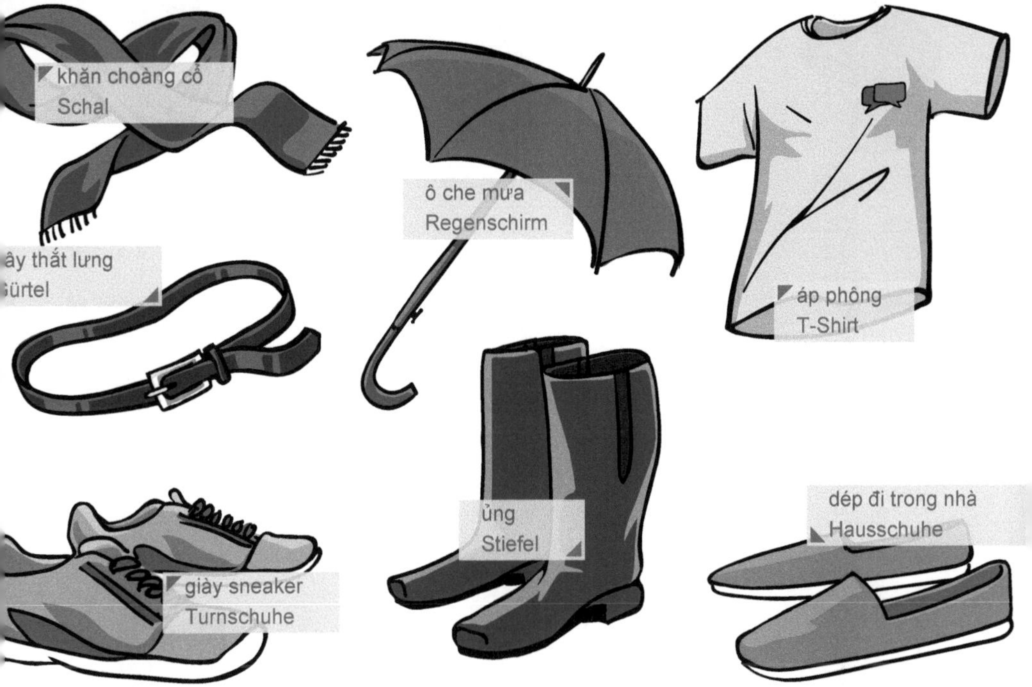

khăn choàng cổ
Schal

ô che mưa
Regenschirm

áy thắt lưng
Gürtel

áp phông
T-Shirt

giày sneaker
Turnschuhe

ủng
Stiefel

dép đi trong nhà
Hausschuhe

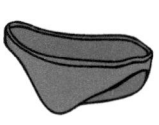

dép xăng đan
Sandalen

giày
Schuhe

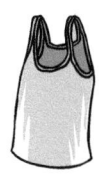

ủng cao su
Gummistiefel

quần lót
Unterhose

áo ngực
Büstenhalter

áo vest
Unterhemd

áo ôm sát cơ thể
....
Body

quần dài
....
Hose

quần bò
....
Jeans

váy
....
Rock

áo cánh
....
Bluse

áo sơ mi
....
Hemd

áo len chui đầu
....
Pullover

áo len
....
Kapuzenpullover

áo blazer
....
Blazer

áo jacket
....
Jacke

áo khoác
....
Mantel

áo mưa
....
Regenmantel

trang phục
....
Kostüm

áo váy
....
Kleid

áo cưới
....
Hochzeitskleid

bộ com lê

Anzug

áo ngủ

Nachthemd

pijama

Schlafanzug

trang phục sari

Sari

khăn trùm đầu

Kopftuch

khăn đội đầu

Turban

áo burka

Burka

áo captan

Kaftan

áo aba

Abaya

quần áo bơi

Badeanzug

quần bơi

Badehose

quần đùi

Kurze Hose

quần áo tracksuit

Trainingsanzug

tạp dề

Schürze

găng tay

Handschuhe

cái cúc

Knopf

kính mắt

Brille

vòng đeo tay

Armband

vòng cổ

Halskette

nhẫn

Ring

hoa tai

Ohrring

mũ lưỡi trai

Mütze

cái mắc treo áo quần

Kleiderbügel

mũ

Hut

cà vạt

Krawatte

dây kéo phéc mơ tuya

Reißverschluss

mũ bảo hiểm

Helm

dây đeo quần

Hosenträger

đồng phục học sinh

Schuluniform

đồng phục

Uniform

y phục - Kleidung

yếm trẻ em

Lätzchen

ti giả

Schnuller

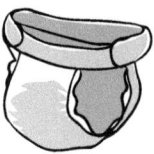

tã lót

Windel

văn phòng
Büro

máy chủ
Server

tủ hồ sơ
Aktenschrank

máy in
Drucker

màn hình
Monitor

giấy
Papier

bàn làm việc
Schreibtisch

chuột máy tính
Maus

thư mục
Ordner

bàn phím
Tastatur

thùng rác giấy
Papierkorb

máy tính
Computer

ghế
Stuhl

cốc cà phê

Kaffeebecher

máy tính bỏ túi

Taschenrechner

internet

Internet

laptop

Laptop

thư

Brief

tin nhắn

Nachricht

điện thoại di động

Handy

mạng

Netzwerk

máy photocopy

Kopierer

phần mềm

Software

điện thoại

Telefon

ổ cắm điện

Steckdose

máy fax

Fax

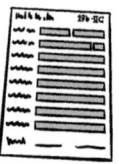

mẫu đơn

Formular

chứng từ

Dokument

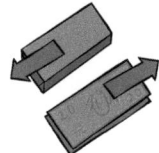

mua
kaufen

trả tiền
bezahlen

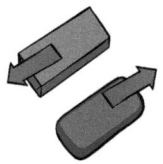

buôn bán
handeln

tiền
Geld

đô la
Dollar

Euro
Euro

yên
Yen

rúp
Rubel

franc Thụy Sĩ
Franken

nhân dân tệ
Renminbi Yuan

rupi
Rupie

máy rút tiền tự động
Geldautomat

quầy đổi tiền

Wechselstube

vàng

Gold

bạc

Silber

dầu

Öl

năng lượng

Energie

giá tiền

Preis

hợp đồng

Vertrag

thuế

Steuer

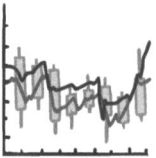

cổ phiếu

Aktie

làm việc

arbeiten

nhân viên

Angestellter

chủ lao động

Arbeitgeber

nhà máy

Fabrik

cửa hiệu

Geschäft

nghề nghiệp
Berufe

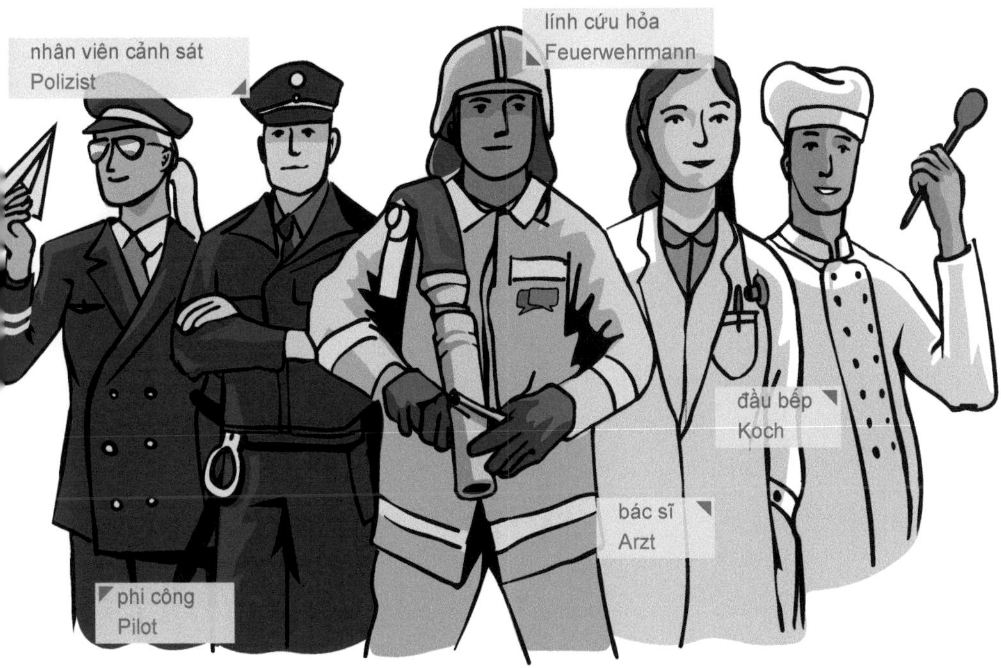

nhân viên cảnh sát
Polizist
lính cứu hỏa
Feuerwehrmann
đầu bếp
Koch
bác sĩ
Arzt
phi công
Pilot

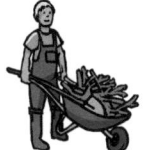

người làm vườn

Gärtner

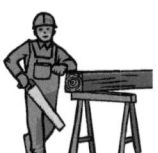

thợ mộc

Tischler

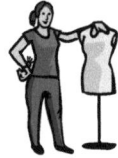

thợ may

Näherin

chánh án

Richter

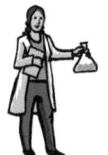

nhà hóa học

Chemiker

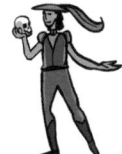

diễn viên

Schauspieler

tài xế xe buýt

Busfahrer

người lái taxi

Taxifahrer

ngư dân

Fischer

người lau dọn vệ sinh

Putzfrau

thợ lợp mái nhà

Dachdecker

bồi bàn

Kellner

thợ săn

Jäger

họa sĩ

Maler

thợ làm bánh

Bäcker

thợ điện

Elektriker

thợ xây dựng

Bauarbeiter

kỹ sư

Ingenieur

người hàng thịt

Schlachter

thợ sửa ống nước

Klempner

người đưa thư

Postbote

người lính
Soldat

kiến trúc sư
Architekt

nhân viên thu ngân
Kassierer

người bán hoa
Florist

thợ cắt tóc
Friseur

nhân viên soát vé
Schaffner

thợ cơ khí
Mechaniker

thuyền trưởng
Kapitän

nha sĩ
Zahnarzt

nhà khoa học
Wissenschaftler

giáo sĩ Do thái
Rabbi

lãnh tụ Hồi giáo
Imam

nhà sư
Mönch

mục sư
Geistlicher

dụng cụ
Werkzeuge

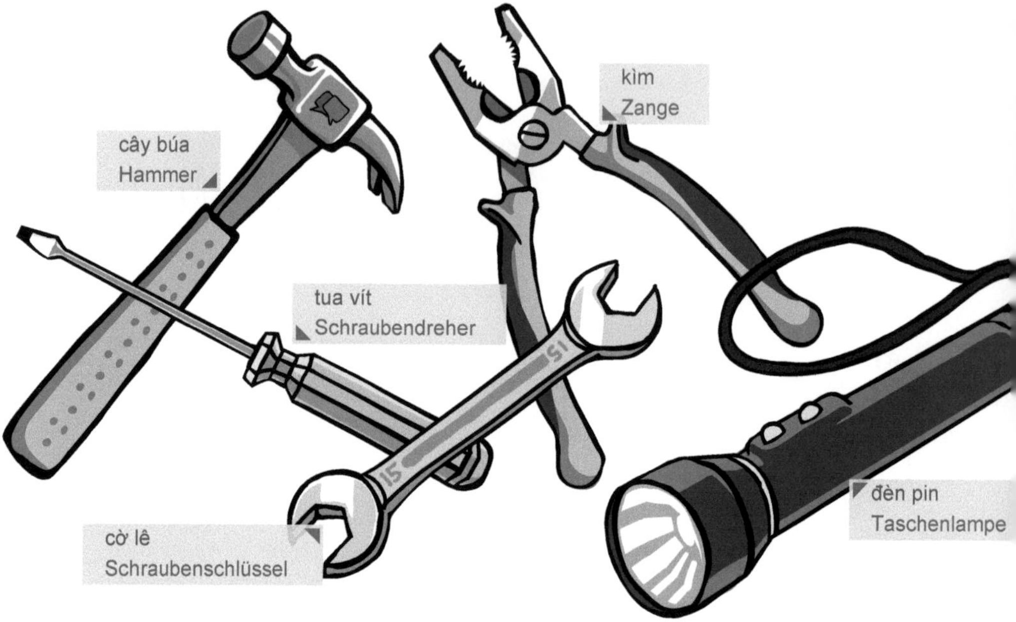
cây búa
Hammer
kìm
Zange
tua vít
Schraubendreher
cờ lê
Schraubenschlüssel
đèn pin
Taschenlampe

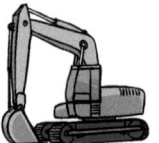

máy xúc đất

Bagger

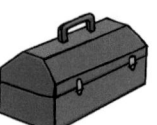

hộp dụng cụ

Werkzeugkasten

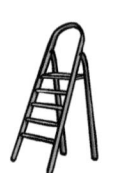

cái thang

Leiter

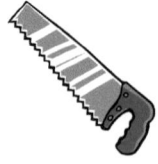

cưa

Säge

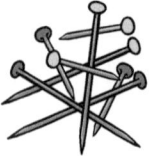

đinh

Nägel

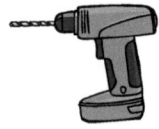

máy khoan

Bohrer

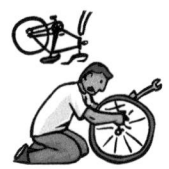

sửa chữa

reparieren

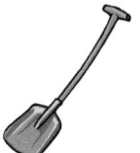

cái xẻng

Schaufel

khốn nạn!

Mist!

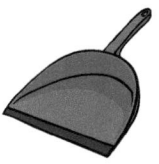

cái hót rác

Kehrblech

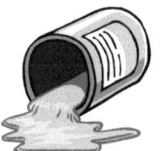

thùng sơn

Farbtopf

vít

Schrauben

nhạc cụ
Musikinstrumente

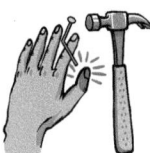

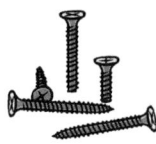

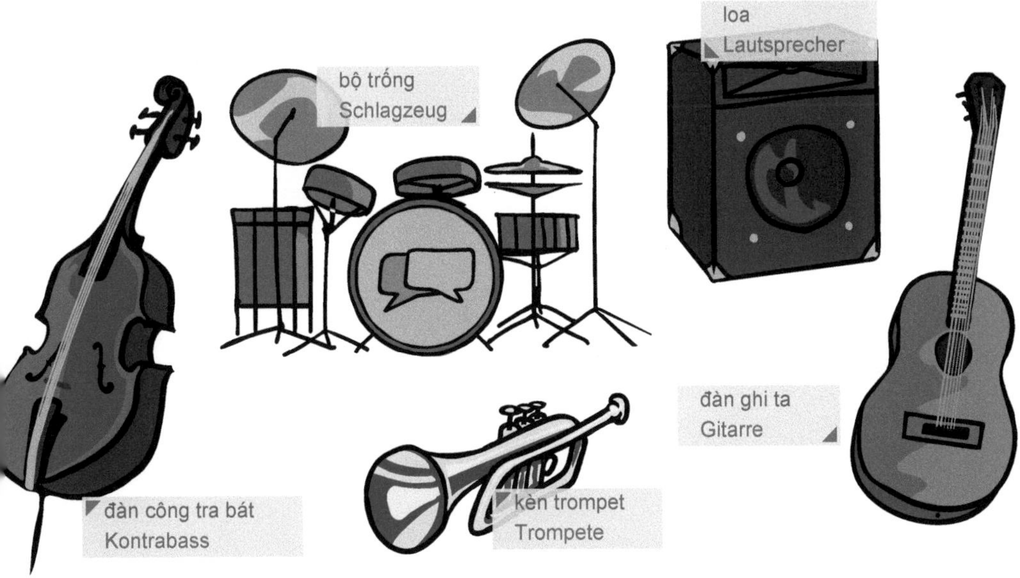
loa
Lautsprecher
bộ trống
Schlagzeug
đàn ghi ta
Gitarre
đàn công tra bát
Kontrabass
kèn trompet
Trompete

đàn piano

Klavier

đàn vĩ cầm

Violine

ghi ta bass

Bass

trống định âm

Pauke

trống

Trommeln

đàn organ

Keyboard

kèn Saxophone

Saxophon

sáo

Flöte

micro

Mikrofon

vườn bách thú

Zoo

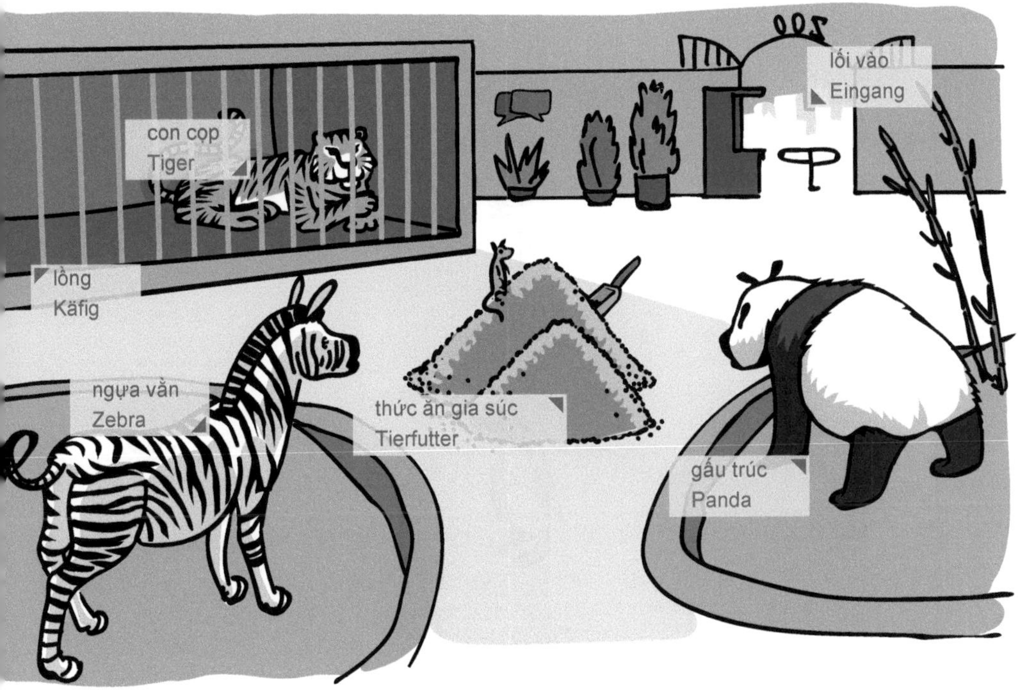
lối vào
Eingang
con cọp
Tiger
lồng
Käfig
ngựa vằn
Zebra
thức ăn gia súc
Tierfutter
gấu trúc
Panda

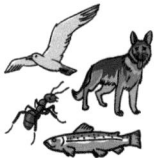

động vật

Tiere

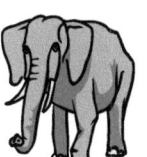

con voi

Elefant

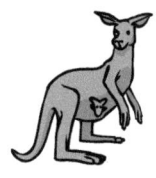

chuột túi

Känguru

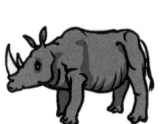

tê giác

Nashorn

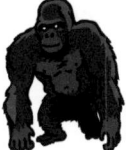

khỉ đột

Gorilla

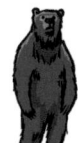

con gấu

Bär

lạc đà
Kamel

đà điểu
Strauß

sư tử
Löwe

con khỉ
Affe

hồng hạc
Flamingo

con vẹt
Papagei

gấu bắc cực
Eisbär

chim cánh cụt
Pinguin

cá mập
Hai

con công
Pfau

con rắn
Schlange

cá sấu
Krokodil

người trông giữ vườn bách
thú
Zoowärter

hải cẩu
Robbe

báo đốm
Jaguar

ngựa lùn
Pony

con báo
Leopard

hà mã
Nilpferd

hươu cao cổ
Giraffe

đại bàng
Adler

heo rừng
Wildschwein

cá
Fisch

con rùa
Schildkröte

hải mã
Walross

con cáo
Fuchs

linh dương
Gazelle

bóng bầu dục Mỹ
American Football

đua xe đạp
Radfahren

quần vợt
Tennis

bóng rổ
Basketball

bơi
Schwimmen

khúc côn cầu trên băng
Eishockey

đấm bốc
Boxen

bóng đá
Fußball

cầu lông
Badminton

điền kinh
Leichtathletik

bóng ném
Handball

trượt tuyết
Skilaufen

polo
Polo

các hoạt động
Aktivitäten

cười
lachen
nhảy
springen
ôm
umarmen
đi bộ
gehen
ca hát
singen
mơ
träumen
cầu nguyện
beten
hôn
küssen

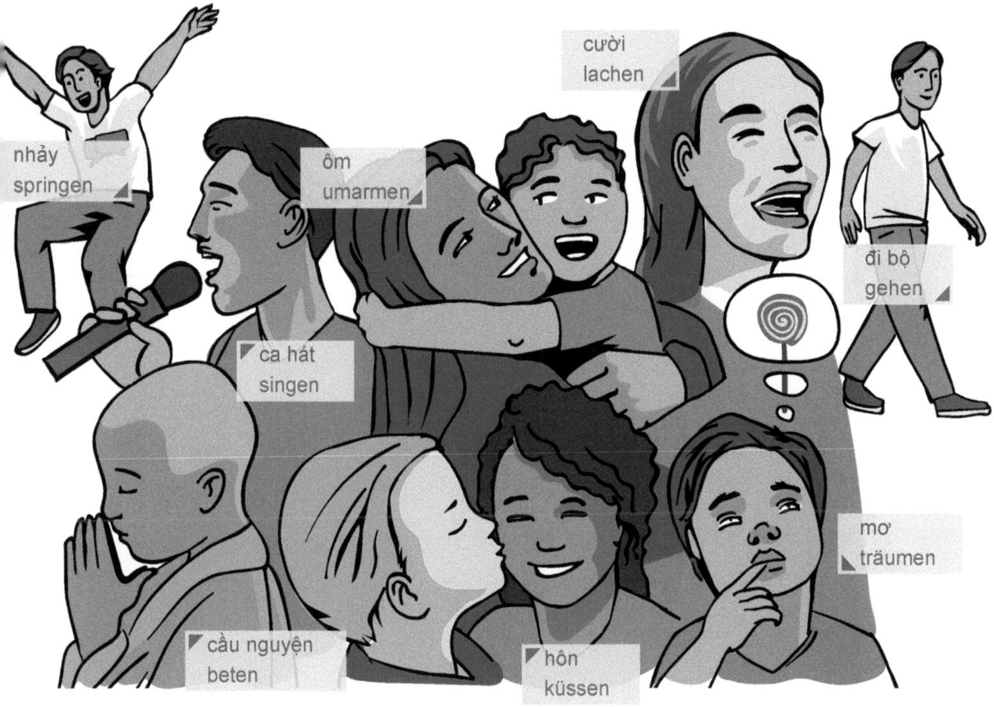

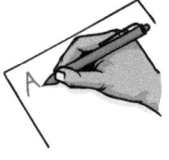

viết

schreiben

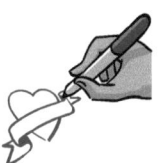

vẽ

zeichnen

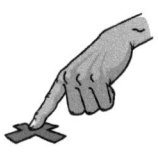

chỉ trỏ

zeigen

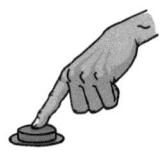

đẩy

drücken

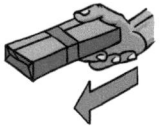

cho

geben

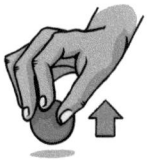

lấy đi

nehmen

có
haben

làm
tun

thì / là
sein

đứng
stehen

chạy
laufen

kéo
ziehen

ném
werfen

rơi
fallen

nằm
liegen

chờ đợi
warten

mang vác
tragen

ngồi
sitzen

mặc quần áo
anziehen

ngủ
schlafen

thức dậy
aufwachen

xem
ansehen

khóc
weinen

vuốt ve
streicheln

chải
kämmen

nói chuyện
reden

hiểu
verstehen

câu hỏi
fragen

nghe
hören

uống
trinken

ăn
essen

dọn dẹp
aufräumen

yêu
lieben

nấu nướng
kochen

lái xe
fahren

bay
fliegen

đi thuyền buồm

segeln

tính toán

rechnen

đọc

lesen

học

lernen

làm việc

arbeiten

cưới

heiraten

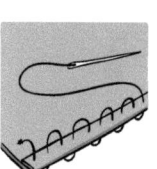

khâu vá

nähen

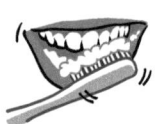

đánh răng

Zähne putzen

giết

töten

hút thuốc

rauchen

gửi đi

senden

gia đình
Familie

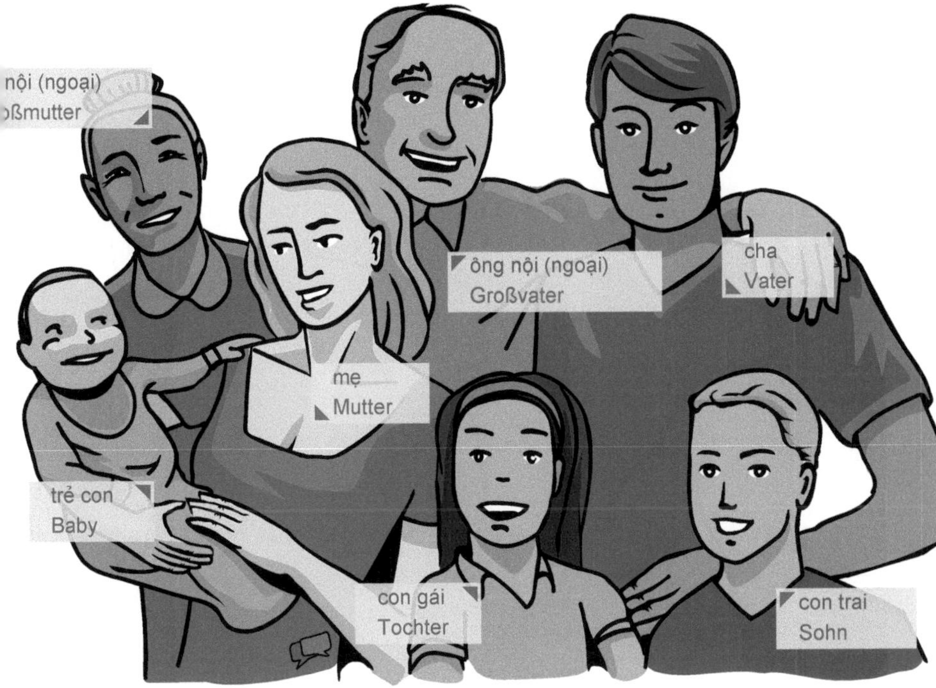

nội (ngoại)
ßmutter
ông nội (ngoại)
Großvater
cha
Vater
mẹ
Mutter
trẻ con
Baby
con gái
Tochter
con trai
Sohn

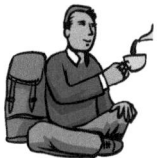

khách

Gast

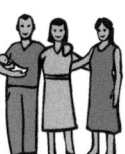

cô (dì)

Tante

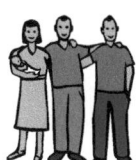

chú, bác (cậu)

Onkel

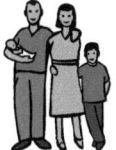

anh (em) trai

Bruder

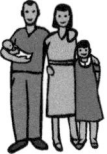

chị (em) gái

Schwester

cơ thể

Körper

trán
Stirn
mắt
Auge
vai
Schulter
ngón tay
Finger
mặt
Gesicht
cằm
Kinn
bàn tay
Hand
chân
Bein
ngực
Brust
cánh tay
Arm

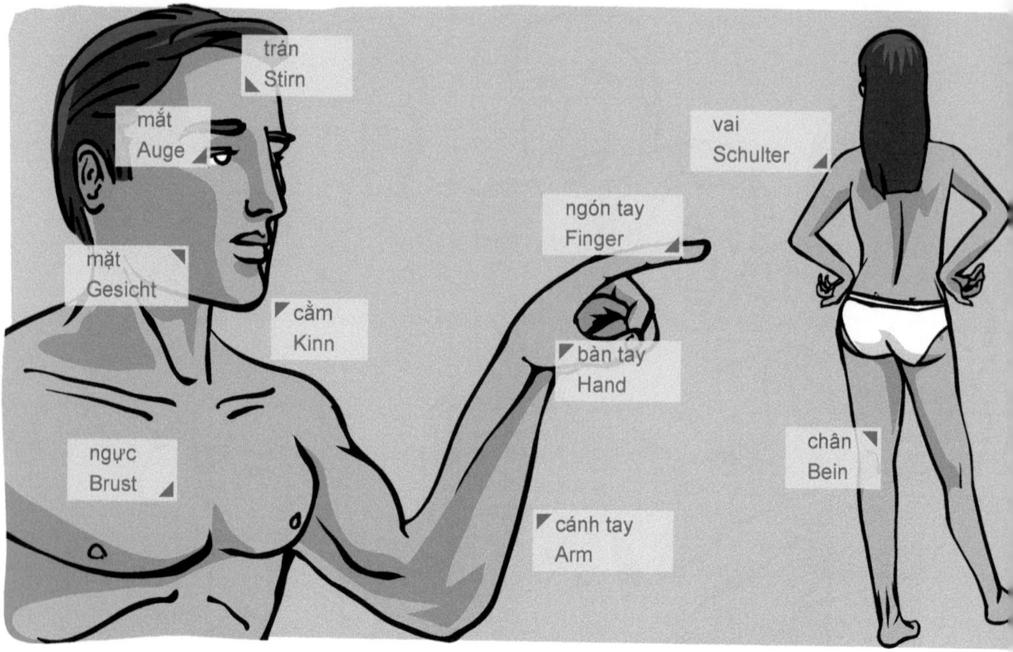

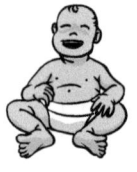

trẻ con

Baby

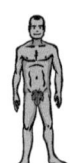

đàn ông

Mann

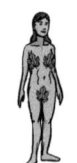

phụ nữ

Frau

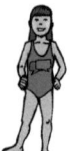

bé gái

Mädchen

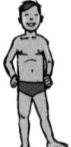

bé trai

Junge

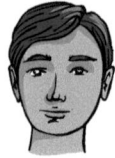

đầu

Kopf

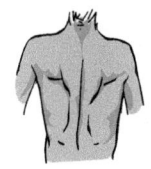

lưng

Rücken

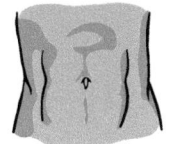

bụng

Bauch

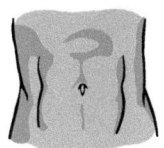

rốn

Nabel

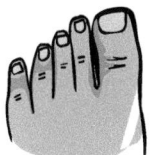

ngón chân

Zeh

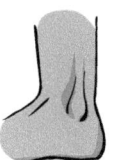

gót chân

Ferse

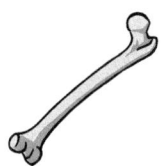

xương

Knochen

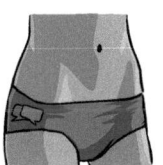

hông

Hüfte

đầu gối

Knie

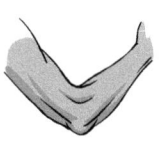

khuỷu tay

Ellenbogen

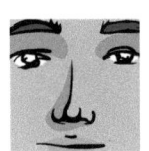

mũi

Nase

mông

Gesäß

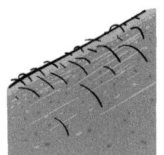

da

Haut

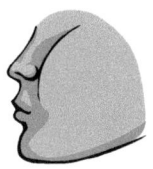

má

Wange

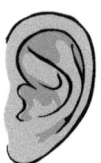

tai

Ohr

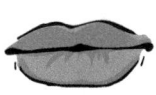

môi

Lippe

cơ thể - Körper   69

miệng

Mund

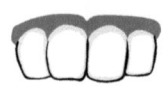

răng

Zahn

lưỡi

Zunge

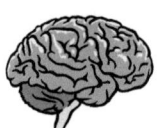

não

Gehirn

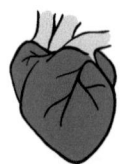

tim

Herz

cơ bắp

Muskel

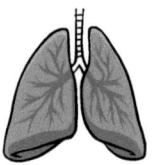

phổi

Lunge

gan

Leber

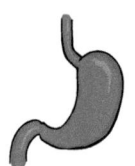

dạ dày

Magen

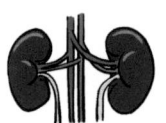

thận

Nieren

giao hợp

Geschlechtsverkehr

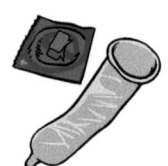

bao cao su

Kondom

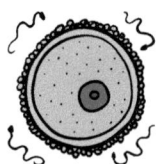

noãn

Eizelle

tinh dịch

Sperma

mang thai

Schwangerschaft

cơ thể - Körper

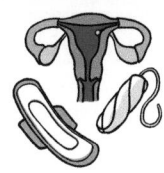

kinh nguyệt

Menstruation

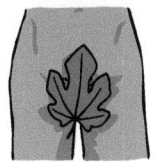

âm vật

Vagina

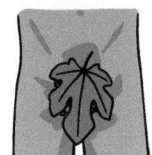

dương vật

Penis

lông mày

Augenbraue

tóc

Haar

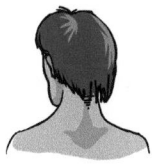

cổ

Hals

bệnh viện
Krankenhaus

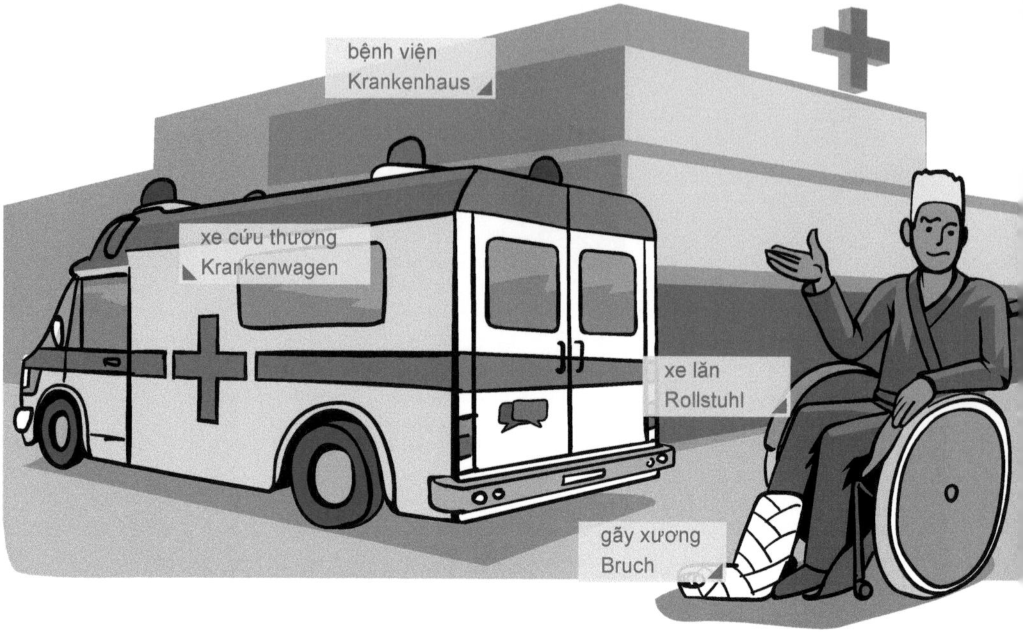

bệnh viện
Krankenhaus
xe cứu thương
Krankenwagen
xe lăn
Rollstuhl
gãy xương
Bruch

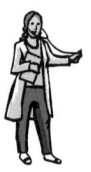

bác sĩ

Arzt

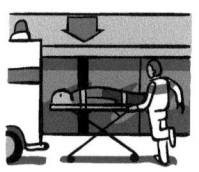

phòng cấp cứu

Notaufnahme

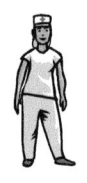

y tá

Krankenschwester

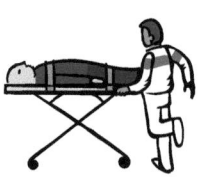

cấp cứu

Notfall

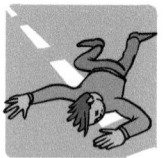

bất tỉnh

ohnmächtig

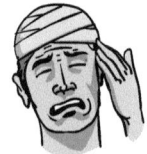

cơn đau

Schmerz

bị thương

Verletzung

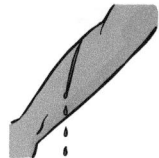

chảy máu

Blutung

nhồi máu cơ tim

Herzinfarkt

đột quỵ

Schlaganfall

dị ứng

Allergie

ho

Husten

sốt

Fieber

cúm

Grippe

tiêu chảy

Durchfall

đau đầu

Kopfschmerzen

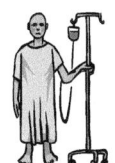

ung thư

Krebs

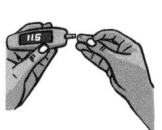

bệnh tiểu đường

Diabetis

bác sĩ phẫu thuật

Chirurg

dao mổ

Skalpell

giải phẫu

Operation

chụp cắt lớp

CT

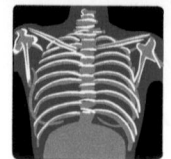

chụp x-quang

Röntgen

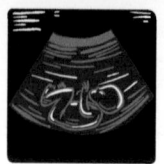

siêu âm

Ultraschall

mặt nạ

Maske

bệnh

Krankheit

phòng đợi

Wartezimmer

cái nạng

Krücke

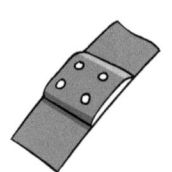

băng dán vết thương

Pflaster

băng bó

Verband

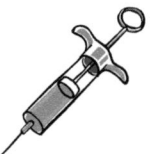

tiêm thuốc

Injektion

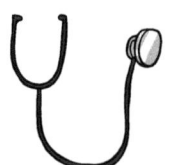

ống nghe khám bệnh

Stethoskop

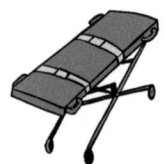

băng ca

Trage

nhiệt kế

Thermometer

sinh đẻ

Geburt

thừa cân

Übergewicht

máy trợ thính

Hörgerät

chất khử trùng

Desinfektionsmittel

nhiễm trùng

Infektion

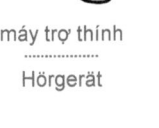

vi rút

Virus

HIV / AIDS

HIV / AIDS

thuốc

Medizin

tiêm chủng

Impfung

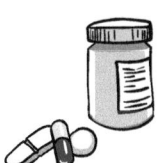

thuốc viên

Tabletten

viên thuốc

Pille

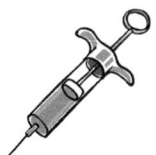

gọi cấp cứu

Notruf

máy đo huyết áp

Blutdruck-Messgerät

bệnh / khỏe mạnh

krank / gesund

cứu!

Hilfe!

báo động

Alarm

cuộc đột kích

Überfall

sự tấn công

Angriff

mối nguy hiểm

Gefahr

lối thoát hiểm

Notausgang

cháy!

Feuer!

bình chữa cháy

Feuerlöscher

tai nạn

Unfall

bộ dụng cụ sơ cứu

Erste-Hilfe-Koffer

SOS

SOS

cảnh sát

Polizei

châu Âu

Europa

Bắc Mỹ

Nordamerika

Nam Mỹ

Südamerika

châu Phi

Afrika

châu Á

Asien

châu Úc

Australien

Đại Tây Dương

Atlantik

Thái Bình Dương

Pazifik

Ấn Độ Dương

Indischer Ozean

Nam Cực Dương

Antarktischer Ozean

Bắc Băng Dương

Arktischer Ozean

bắc cực

Nordpol

nam cực
Südpol

nam cực
Antarktis

trái đất
Erde

đất liền
Land

biển
Meer

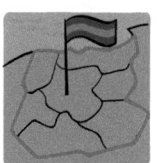

đảo
Insel

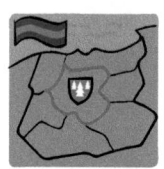

quốc gia
Nation

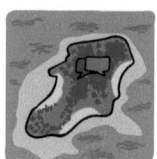

nhà nước
Staat

mặt đồng hồ

Zifferblatt

kim chỉ giờ

Stundenzeiger

kim chỉ phút

Minutenzeiger

kim chỉ giây

Sekundenzeiger

Bây giờ là mấy giờ?

Wie spät ist es?

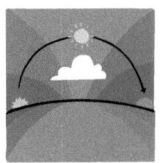

ngày

Tag

thời gian

Zeit

bây giờ

jetzt

đồng hồ điện tử

Digitaluhr

phút

Minute

giờ

Stunde

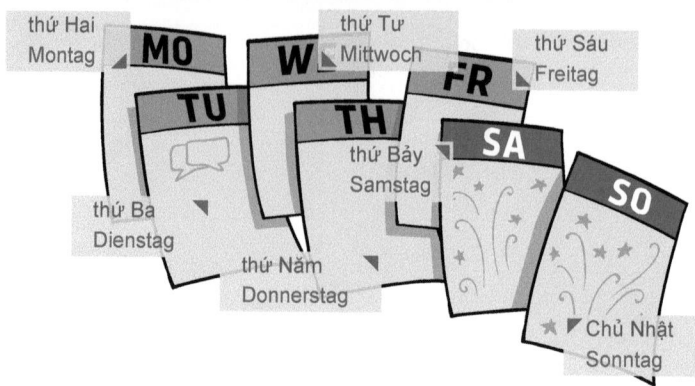

thứ Hai — Montag — MO
thứ Tư — Mittwoch — W
thứ Sáu — Freitag — FR
thứ Ba — Dienstag — TU
thứ Bảy — Samstag — SA
thứ Năm — Donnerstag — TH
Chủ Nhật — Sonntag — SO

hôm qua
gestern

hôm nay
heute

ngày mai
morgen

buổi sáng
Morgen

buổi trưa
Mittag

buổi tối
Abend

MO	TU	WE	TH	FR	SA	SU
1	2	3	4	5	6	7
8	9	10	11	12	13	14
15	16	17	18	19	20	21
22	23	24	25	26	27	28
29	30	31	1	2	3	4

ngày làm việc
Arbeitstage

MO	TU	WE	TH	FR	SA	SU
1	2	3	4	5	6	7
8	9	10	11	12	13	14
15	16	17	18	19	20	21
22	23	24	25	26	27	28
29	30	31	1	2	3	4

cuối tuần
Wochenende

năm

Jahr

mưa
Regen
cầu vồng
Regenbogen
gió
Wind
tuyết
Schnee
mùa xuân
Frühling
mùa hè
Sommer
mùa thu
Herbst
mùa đông
Winter

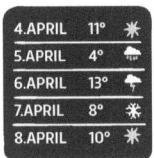

4.APRIL 11°
5.APRIL 4°
6.APRIL 13°
7.APRIL 8°
8.APRIL 10°

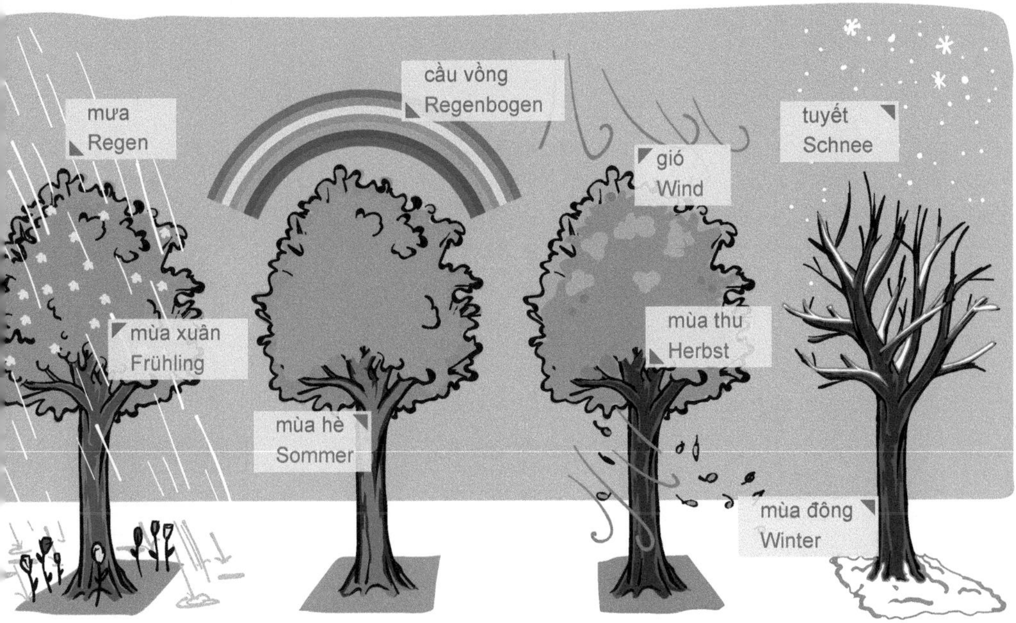

dự báo thời tiết

Wettervorhersage

F
C
120
90
60
30
0
-30
40
30
20
10
0
-10
-20

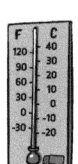

nhiệt kế

Thermometer

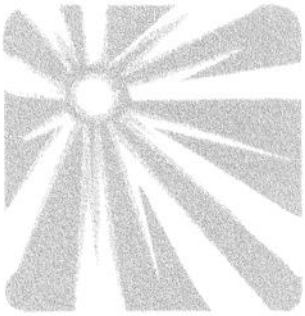

ánh nắng

Sonnenschein

mây

Wolke

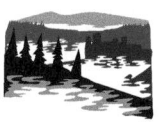

sương mù

Nebel

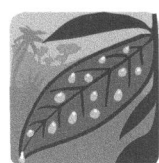

độ ẩm không khí

Luftfeuchtigkeit

tia chớp

Blitz

sấm sét

Donner

cơn bão

Sturm

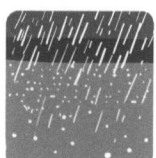

mưa đá

Hagel

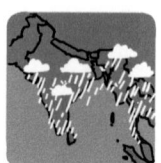

gió mùa

Monsun

lũ lụt

Flut

nước đá

Eis

tháng Một

Januar

tháng Hai

Februar

tháng Ba

März

tháng Tư

April

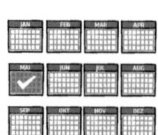

tháng Năm

Mai

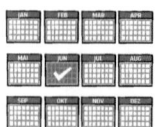

tháng Sáu

Juni

tháng Bảy

Juli

tháng Tám

August

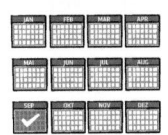

tháng Chín
....
September

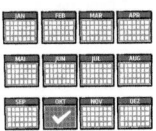

tháng Mười
....
Oktober

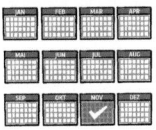

tháng Mười Một
....
November

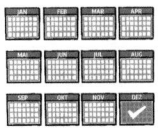

tháng Mười Hai
....
Dezember

hình dạng
Formen

hình tròn
....
Kreis

hình vuông
....
Quadrat

hình chữ nhật
....
Rechteck

hình tam giác
....
Dreieck

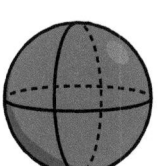

hình cầu
....
Kugel

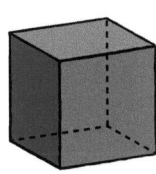

khối vuông
....
Würfel

màu trắng

weiß

màu vàng

gelb

màu cam

orange

màu hồng

pink

màu đỏ

rot

màu tím

lila

màu xanh dương

blau

màu xanh lá cây

grün

màu nâu

braun

màu xám

grau

màu đen

schwarz

nhiều / ít

viel / wenig

tức tối / điềm tĩnh

wütend / friedlich

xinh đẹp / xấu xí

hübsch / hässlich

bắt đầu / kết thúc

Anfang / Ende

to / nhỏ

groß / klein

sáng / tối

hell / dunkel

nh (em) trai / chị (em) gái

Bruder / Schwester

sạch / bẩn

sauber / schmutzig

đủ / thiếu

vollständig / unvollständig

ngày / đêm

Tag / Nacht

chết / sống

tot / lebendig

rộng / chật hẹp

breit / schmal

ăn được / không ăn được

genießbar / ungenießbar

ác / tử tế

böse / freundlich

hào hứng / chán nản

aufgeregt / gelangweilt

béo / gầy

dick / dünn

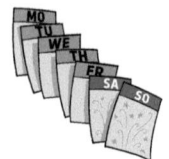

đầu tiên / cuối cùng

zuerst / zuletzt

bạn / thù

Freund / Feind

đầy / rỗng

voll / leer

cứng / mềm

hart / weich

nặng / nhẹ

schwer / leicht

đói / khát

Hunger / Durst

bệnh / khỏe mạnh

krank / gesund

bất hợp pháp / hợp pháp

illegal / legal

thông minh / ngu

intelligent / dumm

trái / phải

links / rechts

gần / xa

nah / fern

mới / cũ

neu / gebraucht

không có gì cả / có cái gì đó

nichts / etwas

già / trẻ

alt / jung

bật / tắc

an / aus

mở / đóng

offen / geschlossen

im lặng / ồn ào

leise / laut

giàu / nghèo

reich / arm

đúng / sai

richtig / falsch

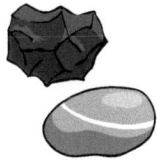

sần sùi / mịn màng

rau / glatt

buồn / vui

traurig / glücklich

ngắn / dài

kurz / lang

chậm / nhanh

langsam / schnell

ẩm ướt / khô ráo

nass / trocken

ấm áp / mát mẻ

warm / kühl

chiến tranh / hòa bình

Krieg / Frieden

0

số không

null

1

một

eins

2

hai

zwei

3

ba

drei

4

bốn

vier

5

năm

fünf

6

sáu

sechs

7

bảy

sieben

8

tám

acht

9

chín

neun

10

mười

zehn

11

mười một

elf

12

mười hai
....
zwölf

13

mười ba
....
dreizehn

14

mười bốn
....
vierzehn

15

mười lăm
....
fünfzehn

16

mười sáu
....
sechzehn

17

mười bảy
....
siebzehn

18

mười tám
....
achtzehn

19

mười chín
....
neunzehn

20

hai mươi
....
zwanzig

100

một trăm
....
hundert

1.000

một ngàn
....
tausend

1.000.000

một triệu
....
million

tiếng Anh

Englisch

tiếng Anh Mỹ

Amerikanisches Englisch

tiếng Quan Thoại

Chinesisch Mandarin

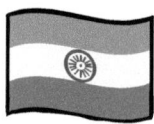

tiếng Hin-di

Hindi

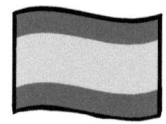

tiếng Tây Ban Nha

Spanisch

tiếng Pháp

Französisch

tiếng Ả-rập

Arabisch

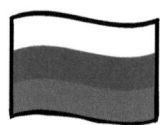

tiếng Nga

Russisch

tiếng Bồ Đào Nha

Portugiesisch

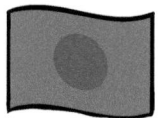

tiếng Bengal

Bengalisch

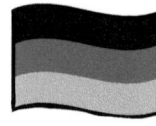

tiếng Đức

Deutsch

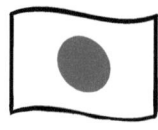

tiếng Nhật

Japanisch

tôi
ich

bạn
du

anh ta / cô ta / nó
er / sie / es

chúng tôi
wir

các bạn
ihr

họ
sie

ai?
wer?

cái gì?
was?

như thế nào?
wie?

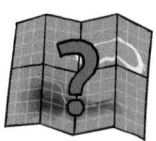

ở đâu?
wo?

lúc nào?
wann?

tên
Name

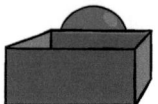

phía sau

hinter

ở trong

in

phía trước

vor

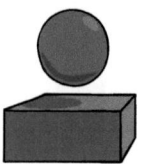

phía trên

über

ở trên

auf

ở dưới

unter

bên cạnh

neben

ở giữa

zwischen

chỗ

Ort